Kulayan natin ang Mundo

Elizabeth Malbas Rural

Ukiyoto Publishing

All global publishing rights are held by

Ukiyoto Publishing

Published in 2023

Content Copyright © Elizabeth Malbas Rural

ISBN 9789360165291

All rights reserved.
No part of this publication may be reproduced, transmitted, or stored in a retrieval system, in any form by any means, electronic, mechanical, photocopying, recording or otherwise, without the prior permission of the publisher.

The moral rights of the author have been asserted.

This is a work of fiction. Names, characters, businesses, places, events, locales, and incidents are either the products of the author's imagination or used in a fictitious manner. Any resemblance to actual persons, living or dead, or actual events is purely coincidental.

This book is sold subject to the condition that it shall not by way of trade or otherwise, be lent, resold, hired out or otherwise circulated, without the publisher's prior consent, in any form of binding or cover other than that in which it is published.

www.ukiyoto.com

*To my lovely children, Elaiza, Elijah, and Ezekielle.
My love, my light, my treasures.*

Kulayan natin ang Mundo
Kuwento ni Elizabeth M. Rural
Ginuhit ni Juvyleen O. Magpantay

Kung may kakayahan ka bang magkulay, kaya mo bang kulayan ang mundo?

Ako si Inah, magaling akong magkulay. Sabi ni titser, ako raw ang pinakamagaling magkulay sa aming silid-aralan. Gamit ang aking Crayola, kaya kong kulayan ng pinaghalong luntian at kayumanggi ang bundok, bulkan, burol, talampas at mga kapatagan.

Kaya kong ipinta ang bughaw na kalangitan na napalilibutan ng mga mapuputing ulap at asul na karagatan.

" Mga bata, palakpakan natin si Inah Dela Cruz. Siya ang nagwagi sa patimpalak sa pagguhit ng poster!" masayang inanunsyo ni Bb. Maya.

"Magaling anak! Ipinagmamalaki kita! " tuwang tuwa namang sambit ng aking Nanay habang inilalahad ko sa kanya ang aking inuwing karangalan.

Pero, malungkot at pagod na pagod na umuwi si tatay. Hindi ko na maibalita pa ang magandang nangyari sa akin kanina sa paaralan.

" Nagsara ang aming planta, hindi na kami makagagawa pa ng operasyon sapagkat ilegal daw ang aming Gawain. Huwag kayo mag-alala, maghahanap ako ng ibang pagkakakitaan." Malungkot na sabi ni tatay.

Kinagabihan, hindi ako makatulog.

" Nanay, ano po ang ibig sabihin ng salitang ilegal?" pag-aalala kong tanong.

Ipinaliwanag ni nanay na ang salitang iyon ay nangangahulugang --- bawal at labag sa batas. Nalaman ko rin na ang uri ng operasyon na ginagawa ng kanilang industriya ay pagpuputol ng mga puno sa mga kabundukan at kagubatan.

Nalungkot ako habang ginugunita ang larawan na aking kinukulayan – luntian… pero kapag wala na ang mga punong nagbibigay kulay rito, sigurado akong mananatili na lang itong luntian sa isang larawan.

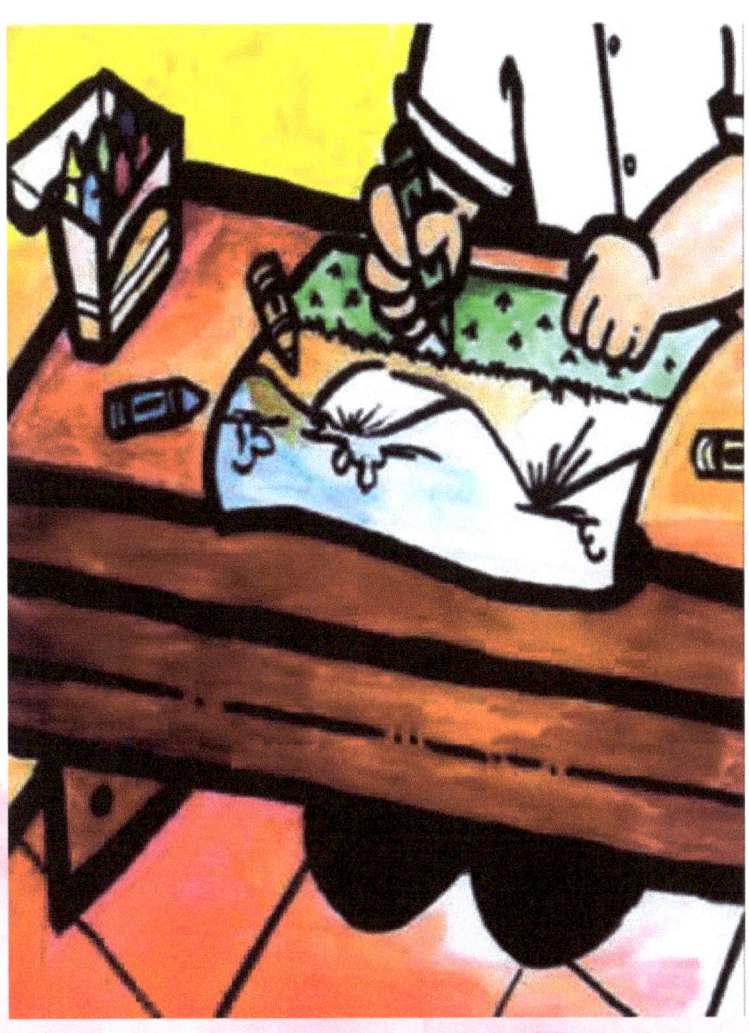

Kinaumagahan, nagmamadali kami ng nanay na lumabas ng bahay patungong paaralan ng makita namin ang aming kapit-bahay na si Mang Lito. Mukhang balisa si Mang Lito kaya hindi mapigilan ni nanay na tanungin ito.

"Kumusta ka Mang Lito?" ang tanong niya.

" Kaunti lang ang binagsak kong banyera ng isda sa palengke kanina, matumal daw ang huli sabi ng mga magingisda." Nayayamot na sagot ni Mang Lito.

"Ano daw ang nangyari?" tanong ni nanay.

Ipinaliwanag ni Mang Lito ang mga nangyari. Hindi ko man nauunawaan, tiyak akong hindi maganda ang mga nangyayari ngayon sa karagatan.

Malalim ang aking isip, hindi ko namalayan ang mga turo ni Bb. Maya hanggang sa... "Lito? Lito!" sambit ni Bb. Maya na kanina pa pala ako tinatawag. Lagot na!

" Mukhang malalim ang iniisip mo at hindi mo ako naririnig." naiinis niyang sinabi. " A... e... ano po kasi..." at wala akong maisip na isasagot habang nagkakamot ng ulo.

Kinahapunan, ipinatawag ako ni Bb. Maya sa kanyang tanggapan upang tanungin kung ako ba ay may suliranin.

" Bb. Maya, ang mga larawan bang aking kinukulayan ay pareho sa totoong kabundukan at karagatan na mayron tayo ngayon?" lakas loob kong itinanong.

May ikinuwento si Bb. Maya sa akin… tungkol sa ilegal na gawain ng mga nagtotroso. Pinuputol pala nila ang mga puno at ginagawang mga gamit gaya ng kasangkapan sa bahay, lapis at papel.

Naluluha akong isipin, iyon pala ang trabahong ilegal ni tatay. Isa rin sa mga nabanggit ni Bb. Maya ang mga basura tulad ng palstik na itinatapon natin sa kung saan saan lang, nakakarating pala iyon sa mga dagat at nagiging dahilan ng pagkamatay ng mga isda.

Isa raw ang paggamit ng dinamita ng mga mangingisda kaya nauubos ang mga isda.

Pag uwi ko sa bahay kinuha ko ang aking papel at crayola, nagsimula akong magkulay ng langit at karagatan… ngunit hindi asul at puti kundi pinaghalong asul at abo.

Gumuhit din ako ng larawan ng kapatagan at kabundukan. Kinulayan ko ito ng ng pinaghalong kayumanggi at kulay abo na may halong itim.

At ito ang pinakapangit sa lahat ng aking nilikha.

Tumulo ang aking mga luha ng di ko namamalayan, siya namang dating ni Nanay at Tatay mula sa palengke.

"Aba at nagkulay na naman ang aking magaling na anak!" masiglang bati ni tatay. Ngunit napawi ang kaniyang mga ngiti nang makita niya ang aking mga ginawang larawan, gayundin si nanay.

" Patawad anak, hindi ko sinasadyang masira ang kalikasan" malungkot na sabi ni tatay.

Nang gabing iyon, tahimik sa munti naming tahanan. Natapos ang aming hapunan na di gaya ng dati na masaya.

" Maaari naman nating kulayan ang mundo anak" masayang sambit ni nanay sa akin.

" Papel lang ang kaya kong kulayan at pagandahin"pabulong ko namang sinabi.

Ngunit nanlaki ang mga mata ko sa mga susunod pa niyang sinabi. " Kulayan natin ang mundo sa pamamagitan ng pagtatanim! Magtanim tayo ng mga puno, bulaklak at halaman. Itapon natin ang ating mga basura sa tamang basurahan, i-recycle ang mga papel, plastic at lata.

Huwag tayong mapagod na paalalahanan ang mga mangingisda sa karagatan!"

Tama si nanay, kung sama sama tayo, kaya nating kulayan ang mundo. Kaya natulog ako ng mahimbing at gumising ng masaya kinabukasn.

Nasasabik akong pumasok at yayain ang aking mga kamag aral na gawin ang mga sinabi sa akin ni nanay. Alam kong hindi madali pero patuloy kong kukulayan ang mundo!

About the Author

Elizabeth Malbas Rural

She is a Junior High School teacher with 15 years of experience in teaching English Language and

Literature. She has taken her bachelor's degree in Philippine Normal University Manila with a course in Bachelor of Secondary Education Major in Speech and Theater Arts in 2006. She finishes her Master in Education degree in the University of Caloocan City in 2018, and now she is a recipient of National Educator's Academy in the Philippines (NEAP) Scholarship under the PNU LisQup program taking Ph.D. in Curriculum and Instruction. Her expertise focuses on Theater Play production where she has showcased over 15 major school plays starting 2012. She is also a module writer, freelance LMS Script Writer and Content Developer in a known publishing company where she accomplished 12 LMS Content and Storyboard Scripts. She has won 1st Place in Division Editorial Writing during the Division Intensive Enhancement Training on Journalism cum Division Convention of School Paper Advisers and Trainers in 2017, 1st Place in the 2019 Division Storybook Manuscript and Illustrations Contest, a Gawad Primero Awardee for being the LCP Champion in Module Production, LCP Champion in Content Creator of Video Lesson in 2020. She was also recognized as the District Level Winner during the 2021 Demonstration Teaching Festival in the Schools Division of Caloocan. She received an award as Best in Instructional Design during the 2021 Division Demonstration Teaching Festival in the Schools Division of Caloocan. In her recent journey in writing, she won the 2nd Place in the 2022 Division Storybook Writing in the same school division.

www.ingramcontent.com/pod-product-compliance
Lightning Source LLC
LaVergne TN
LVHW061628070526
838199LV00070B/6621